தமிழக வருவாய் துறை கடமைகளும் பொறுப்புகளும்

சேதுபதி மாரியப்பன்
வழக்குரைஞர்

பொருளடக்கம்

முன்னுரை

தமிழ்நாட்டில் ஒவ்வொரு மாவட்டத்திலும் வருவாய்த்துறை-யின் கீழான ஆட்சி அமைப்பு இருக்கிறது. இந்த அமைப்பு அந்தந்த மாவட்ட ஆட்சித் தலைவர் தலைமையில் அவரு-டைய வழிகாட்டுதலின் கீழ் இயங்குகின்றன. இந்த மாவட்ட வருவாய்த்துறை அமைப்பில் வருவாய் கிராமம், உள்வட்டம், வருவாய் வட்டம் மற்றும் மாவட்டம் வரை கீழ்கண்ட வரு-வாய்த் துறை அலுவலர்கள் நிர்வகிக்கின்றனர்.இந்த வரு-வாய்த்துறையின் வழியாகத்தான் தமிழ்நாடு அரசின் பல்-வேறு நலத்திட்டப் பணிகள் செயல்படுத்தப்படுகிறது என்பது குறிப்பிடத்தக்கது.

கிராம நிருவாக அலுவலர் / வருவாய் ஆய்வாளர் / மண்டல துணை வட்டாட்சியர் / வட்டாட்சியர் / வரு-வாய்க் கோட்ட அதிகாரி / மாவட்ட வருவாய் அலுவலர் / மாவட்ட ஆட்சித் தலைவர்

கிராம நிர்வாக அலுவலர் அலுவலகம்

தமிழ்நாட்டிலிருக்கும் மாநகராட்சிகள், நகராட்சிகள், பேரு-ராட்சிகள், ஊராட்சிகள் என்று அனைத்து உள்ளாட்சி அமைப்புகளும் வருவாய்த் துறையால் குறிப்பிட்ட மக்கள் தொகைக்கு ஏற்ப வருவாய்க் கிராமங்களாகப் பிரிக்கப்பட்-டிருக்கின்றன. மாநகராட்சிகள், மக்கள் தொகை அதிக-முடைய நகராட்சிகள் போன்றவற்றில் ஒன்றிற்கு மேற்பட்ட வருவாய்க் கிராமங்கள் அமைக்கப்பட்டிருக்கிறது. இதுபோல் மக்கள்தொகை குறைவான சில ஊராட்சிகள் ஒன்று சேர்க்-கப்பட்டும் வருவாய்க் கிராமம் அமைக்கப்படுகிறது. தமிழ்-நாட்டில் மொத்தம் 16,564 வருவாய்க் கிராமங்கள் அமைக்-கப்பட்டுள்ளன. இந்த வருவாய்க் கிராமங்களின் அதிகா-ரியாக கிராம நிர்வாக அலுவலர் என்பவர் இருக்கிறார். இவருக்குக் கீழாக கிராம உதவியாளர்கள் சிலர் நியமிக்கப்-

பட்டிருக்கின்றனர்.

வருவாய் ஆய்வாளர் அலுவலகம்

சில வருவாய்க் கிராமங்கள் ஒன்று சேர்க்கப்பட்டு வருவாய் ஆய்வாளர் அலுவலகங்கள் அமைக்கப்பட்டிருக்கின்றன. இவை பிர்க்கா என்றும் அழைக்கப்படுகின்றன. தமிழ்நாட்டில் மொத்தம் 1127 வருவாய் ஆய்வாளர் அலுவலகங்கள் அமைக்கப்பட்டுள்ளன. இந்த வருவாய் ஆய்வாளர் அலுவ-லகங்களில் வருவாய் ஆய்வாளர் எனும் அதிகாரி ஒருவர் நியமிக்கப்பட்டிருக்கிறார். இவருக்கு உதவியாக அலுவலக உதவியாளர் ஒருவர் நியமிக்கப்பட்டிருக்கிறார்.

வட்டாட்சியர் அலுவலகம்

மாவட்டத்தின் வருவாய் வட்டங்களின் நிர்வாகத்தை வட்-டாட்சியர் நிர்வாகம் செய்வார். தமிழ்நாட்டில் மொத்தம் 220 வருவாய் வட்டங்கள் உள்ளது. இதைத் தாலுகா என்று வேறு பெயராலும் குறிப்பிடுகின்றனர். இந்த வட்-டாட்சி அமைப்புக்குள் இருக்கும் அனைத்து வருவாய்க் கிராமங்களும் இந்த அமைப்பின் கீழ் கொண்டு வரப்படு-கின்றன. இந்த வட்டாட்சி அமைப்பின் தலைமை அலு-வலராக வட்டாட்சியர் ஒருவரும் அவருக்கு உதவி புரிவ-தற்காகச் சில துணை வட்டாட்சியர்களும், எழுத்தர்களும், அலுவலக உதவியாளர்களும் நியமிக்கப்படுகின்றனர். இதற்-கான அலுவலகம் வட்டாட்சியர் அலுவலகம் என்கின்றனர்.

வருவாய்க் கோட்டாட்சியர் அலுவலகம்

மாவட்டங்களில் வருவாய்த்துறையில் சில வட்டாட்சியர் அலுவலகங்களை உள்ளடக்கி வருவாய்க் கோட்ட அதிகாரி தலைமையில் வருவாய் கோட்டங்கள் அமைக்கப்பட்டிருக்-கின்றன. தமிழ்நாட்டில் மொத்தம் 76 வருவாய்க் கோட்டங்-

கள் அமைக்கப்பட்டுள்ளன. இவைகளில் துணை ஆட்சியர் அல்லது வருவாய்க் கோட்ட அலுவலர்கள் நியமிக்கப்படு-கிறார்கள். இப்பணியிடங்களில் இந்திய ஆட்சிப்பணி அதி-காரிகள் நியமிக்கப்பட்டால் துணை ஆட்சியர் என்றும் மற்-றவர்கள் நியமிக்கப்பட்டால் வருவாய்க் கோட்ட அலுவலர் என்றும் அழைக்கப்படுகிறார்கள். இவர் உட்கோட்ட நிர்வாக நீதிபதி என அழைக்கப்படுகிறார்.

மாவட்ட ஆட்சியாளர் அலுவலகம்

தமிழ்நாட்டில் மொத்தம் 38 மாவட்ட ஆட்சி அமைப்புகள் அமைக்கப்பட்டுள்ளன. இந்த மாவட்டத்தின் ஆட்சி அமைப்புகள் அனைத்தும் மாவட்ட ஆட்சித்தலைவரின் மேற்பார்வையில் இயங்குகிறது. மாவட்ட ஆட்சித்தலைவர் குறிப்பாக மாநில அரசின் வருவாய்த்துறையின் மாவட்டத் தலைமை அதிகாரியாக இருக்கிறார். இருப்பினும் மாவட்-டத்திலிருக்கும் அனைத்துத்துறை அலுவல்களையும் கட்டுப்-படுத்தும் அதிகாரியாகவும் இருக்கிறார்.மாவட்ட ஆட்சித்த-லைவர் பொறுப்பிற்கு இந்திய ஆட்சிப் பணி அதிகாரிகள் தமிழக அரசால் நியமிக்கப்படுகிறார். இவரின் கீழ் மாவட்ட வருவாய் அதிகாரி மற்றும் மாவட்ட அளவிலான பல துறையைச் சேர்ந்த அதிகாரிகள் மற்றும் அவர்களின் கீழான துணை அலுவலகங்கள் இருக்கின்றன. இந்த அலுவல-கங்களை உள்ளடக்கி மாவட்ட ஆட்சியாளர் அலுவலகம் இயங்குகிறது.

மேற்படியான வருவாய் துறையை கடமைகளும் பொருப்புகளும் பற்றி இந்த புத்தகத்தில் மிக சுருக்கமாக பார்ப்போம்.

நன்றி

வழக்குரைஞர். சேதுபதி மாரியப்பன்

நேஷனல் லா ஃபவுண்டேசன் என்னும் சாட்ட உதவி அமைப்பானது கடந்த 2006ம் ஆண்டு நவம்பர் மாதம் 26ம் நாள் இந்திய அரசியலமைப்பு தினத்தன்று சட்டம் இருக்கு !! லஞ்சம் எதற்க்கு !!! என்ற கோட்பாட்டுடன் தொடங்கப்-பட்டது.

நமது நேஷனல் லா ஃபவுண்டேசன் சட்ட உதவி அமைப்பில் சாமானியர்கள், மாணவ / மாணவிகள், முன்-னால் இன்னால் அரசு அலுவலர்கள் சமூக சிந்தனை-யாளர்கள், மக்கள் பிரதிநிதிகள், படித்தவர்கள், படிக்காத-வர்கள், ஆண்,பெண்,திருநங்கைகள் ஜாதி, மதம், இனம், மொழி பேதமின்றி எந்த பாகுபாடுமின்றி அனைத்துதரப்பின-ரையும் தேசிய அளவில் தன்னார்வளர்களாக (ஊறுப்பினர்-களாக) கொண்ட அரசியல் சார்பற்ற சமூக சட்ட சேவைக்-கான அமைப்பாக செயல்படுவருகின்றது.

தமிழக வருவாய் துறை பொறுப்புகளும் கடமைகளும் என்னும் புத்தகம் வெளிவர தூண்டுகோலாக உள்ள நமது நேஷனல் லா ஃபவுண்டேசன் சட்ட உதவி அமைப்பின் நிர்வாகிகளான தலைவர் திரு.மா.சபாபதி, அவர்கள், சமூக பணியின் வழிகாட்டி திரு.மா.தியாகராஜன் அவர்கள், இயக்-குனர்/வழக்குரைஞர்.திரு.மு.க.மணிகண்டன் அவர்கள், இயக்குனர்/வழக்குரைஞர்.திரு.கு.இளங்கோ அவர்கள், நிர்-வாக குழு திரு.ரஞ்சித்குமார் காந்தி அவர்கள் திரு.ச.ரமேஷ் அரவிந்த், சேலம் மாவட்ட செயலாளர் அவர்கள், மற்றும் தேசிய, மாநில மாவட்ட, ஒன்றிய, கிராம நிர்வாகிகள் மற்-றும் எனது நிதி நிலை நிர்வாக குடும்ப சுமையை தாங்கிக்-கொண்டு என்னை சமூக பணிக்காக ஊக்கமளித்து வரும் எனது மனைவி திருமதி.B.ஹேமலதா சேதுபதி, மற்றும்என் தந்தை மாரியப்பன் அவர்கள் உள்ளிட உங்கள் அனைவ-ருக்கும் என் மனமார்ந்த நன்றிகள்.

என்றும் மக்களுக்காக நாம்...... நம்முடன் இணைய தொடர்புக்கு : 80121 21106

சட்டம் இருக்கு !! லஞ்சம் எதற்கு !!!

முகவுரை

வருவாய்த் துறை வரலாறு

வருவாய்த் துறை, தமிழ்நாடு அரசின் தொன்மையான துறைகளில் ஒன்றாகும். இத்துறை முதலில் பிரித்தானிய இந்தியாவின் சென்னை மாகாணத்தில் கி.பி. 1786-இல் தொடங்கப்பட்டது. இந்தியாவில் பிரித்தானிய கிழக்கிந்திய நிறுவனத்தால் 1781-இல் வருவாய் வாரியம் உருவாக்கப்பட்-டது. முதல் வருவாய் வாரியம் 1786-இல் வங்காள மாகா-ணத்திலும் அதனைத்தொடர்ந்து சென்னை மாகாணத்திலும் தோற்றுவிக்கப்பட்டது. பின்னர்ப் பிரித்தானிய இந்தியாவின் அனைத்து மாகாணங்களிலும் தோற்றுவிக்கப்பட்டது. தமிழ-கத்தில் 1980-ஆம் ஆண்டில் தமிழ்நாடு வருவாய் வாரியம் ஒழிக்கப்பட்டு, தமிழ்நாடு அரசு வருவாய்த்துறை உருவாக்-கப்பட்டது.

2004 சுனாமிக்குப் பின்னர்ப் பேரிடர் மேலாண்மையை நிர்வகிக்கவும், தணிக்கவும் 2005-ஆம் ஆண்டு முதல் வருவாய்த் துறையானது வருவாய் நிர்வாகம், பேரிடர்

மேலாண்மை மற்றும் தணிக்கும் துறை எனப் பெயர் மாற்றம் செய்யப்பட்டது.

இத்துறையின் முதன்மை நோக்கங்கள்

1. தமிழக அரசின் திட்டங்களைச் செம்மையாகச் செயல்ப-டுத்தி மக்களுக்கு சேவை செய்தல்

2. இயற்கை இடர்பாடுகளின் போது நிவாரணமும் அதன்படி மறுசீரமைப்பும் செய்தல்

3. அரசு நிலங்களைப் பாதுகாத்தல், அவை தொடர்-பான ஆவணங்களை பராமரித்தல்

4. நிலவகை மாற்றம், நில ஒப்படை, அரசு நில குத்-தகை, நிலக்கொடை, ஆக்ரமணம், நில உரிமை மாற்றம், நில எடுப்பு, பட்டா வழங்கல், நில சீர்திருத்தம், வரிவிதித்து வசூலித்தல் போன்ற பணிகளையும் வருவாய்த்துறை செய்-கிறது. வருவாய் நிர்வாகம், பேரிடர் மேலாண்மை மற்றும் தணிப்புத் துறையானது ஐந்து இந்திய ஆட்சிப் பணி அலு-வலர்கள் தலைமையிலான ஆணையாளர்கள் ஐந்து துறை-களை நிர்வகிக்கின்றனர். அவைகள் பின்வருமாறு:

பேரிடர் மேலாண்மை மற்றும் பேரிடர் தணிப்புத்துறை ஆணையரகம் /நில நிருவாக ஆணையரகம் / நிலச்சீர்த்-திருத்த ஆணையரகம் / நில அளவை மற்றும் நிலவரித் திட்ட ஆணையரகம் / நகர்புற நில உச்சவரம்பு மற்றும் நகர்ப்புற நிலவரி இயக்குநரகம்.

2004 சுனாமிக்குப் பின்னர்த் தமிழக அரசு 2005-இல் தமிழ்நாடு பேரிடர் மேலாண்மை முகமை மூலம் கொள்கை-கள் வகுத்துள்ளது. அரசு ஆணை எண் 143 வருவாய் என்சி 1(2), நாள்: 27.05.2013-இன்படி மாநில பேரிடர் மேலாண்மை ஆணைக்குழு ஏற்படுத்தப்பட்டுள்ளது. பேரிடர் மேலாண்மைச் சட்டம் 2005 பிரிவு 14(2)-இன்படி மாநில பேரிடர் மேலாண்மை ஆணைக்குழுவின் தலைவராக முத-லமைச்சரும், உறுப்பினர்களாக அதிகபட்சம் 9 நபர்கள் இருப்பார்கள்.

1

வருவாய் ஆய்வாளர்

வருவாய் ஆய்வாளர்களின் கடமைகளும் பொறுப்புகளும்

1. பயிராய்வு

2. கிராம நிர்வாக அலுவலர்கள் மற்றும் கிராமப் பணியாளர்களின் பணிகளை மேற்பார்வை செய்தல்.

3. நிலவரி வசூல், கடன்வசூல் மற்றும் அரசின் பல்வேறு துறைக-ளுக்கு சேரவேண்டிய தொகைகளை வசூலித்தல்.

4. கிராம கணக்குகளைத் தணிக்கை செய்தல்.

5. "ஏ" மற்றும் "பி" மெமொ இனங்களைத் தணிக்கை செய்தல்.

6. புறம்போக்கு இடங்களில் உள்ள மரங்களை தணிக்கை செய்தல்.

7. ஆட்சேபணையுள்ள ஆக்கிரமிப்புகளை கண்டுபிடித்து அவற்றை அகற்றுதல்.

8. இயற்கை இடர்பாடுகளின் போது பாதிக்கப்படுவோருக்கு உணவு வழங்கிட உடனடி ஏற்பாடு செய்வதுடன், நிவாரணம் வழங்கிட ஆவண செய்தல்.

9. முதியோர் உதவித்தொகை பெறுவோர் மற்றும் பிற நலத்திட்டங்-களின் கீழ் பயன்பெறும் பயனாளிகளின் விவரம் சரிபார்த்தல்.

10. பட்டா, பாஸ் புத்தகம் கணக்கெடுப்பு மற்றும் பதிவுகளை சரி-பார்த்தல்.

11. பாசன ஆதாரங்களை தணிக்கை செய்தல்.

12. மனுநீதி நாள் முகாம்களில் கலந்து கொண்டு பொதுமக்களின் குறைகளுக்கு தீர்வு காண நடவடிக்கை எடுத்தல்.

13. ஆறுகள் மற்றும் அரசு புறம்போக்கு நிலங்களில் சட்டவிரோத-மாக மணல், கல் போன்றவை தோண்டி எடுக்கப்படுகின்றனவா என்பதை கண்காணித்து நடவடிக்கை எடுத்தல்.

14. வரி வசூல் காலங்களில் அனைத்து வசூல் கணக்குகளையும் தணிக்கை செய்தல்.

15. வருவாய் தீர்வாயப் பணி தொடர்பாக கிராம நிர்வாக அலுவல-ரால் தயாரிக்கப்படும் கணக்குகளை சரிபார்த்து அங்கீகரித்தல்.

16. பதிவுகள் மற்றும் பதிவு மாற்றங்களை சரிபார்த்தல்.

17. பிறப்பு, இறப்பு மற்றும் திருமணப் பதிவுகளை தணிக்கையிடல்.

18. நிபந்தனையின் பேரில் வழங்கப்படும் நில ஒப்படை, நலக்குத்-தகை, நல மாற்றம் ஆகிய இனங்களை சரிபார்த்தலும் நிபந்தனை மீறல்-களை கண்டுபிடித்தலும்.

19. குத்தகை உரிமை இனங்களை தணிக்கை செய்தல்.

20. நில பராதீன இனங்களை தணிக்கை செய்து நிபந்தனைகள் மீறப்பட்டனவா என்பதை சரிபார்த்தல்.

21. பட்டா நிலங்களில் அனுபவம் குறித்து சரிபார்த்தல்.

22. வனக் குற்றங்களை கண்டறிந்து நடவடிக்கை எடுத்தல்.

23. முக்கிய பிரமுகர்கள் வருகை தொடர்பான பணிகளைக் கவனித்தல்.

24. தீர்வை ஜாஸ்தி, பசலி ஜாஸ்தி வரி தள்ளுபடி இனங்களை, மரப்பட்டாக்கள் மற்றும் அரசு தோப்புகள் ஆகியவற்றை தணிக்கை செய்தல்.

25. கிராம கல் டிப்போக்களை தணிக்கை செய்தல்.

26. புல எல்லைக்கற்களை சரிபார்த்தல்

27. பல்வேறு பிற பணிகள்:-

அ) மர மதிப்பு நிர்ணயம் செய்தல்

ஆ) நில ஒப்படை குத்தகை மற்றும் நில மாற்றம் சம்பந்தமாக புலத்-தணிக்கை செய்தல்.

இ) கால்நடைப் பட்டிகளைப் பார்வையிடல் மற்றும் அது தொடர்-
பான கணக்குகளை சரிபார்த்தல்.

ஈ) வருவாய் வசூல் சட்டம் மற்றும் பிறவகை ஜப்தி நடவடிக்கைகள்.

உ) சிறுபாசனத் திட்டங்களை பார்வையிடுதல்.

ஊ) தல விசாரணை கோரி வரும் பல்வகை மனுக்களின் பேரில்
விசாரணை மேற்கொள்ளுதல்.

எ) மாதாந்திர சாகுபடி கணக்குகளை தயார் செய்து வட்டாட்சிய-
ருக்கு அனுப்புதல்.

ஏ) கிராம மக்களின் சுகாதார நிலை, கால்நடைகளின் சுகாதார
நிலை, குடிநீர் விநியோகம், மழையளவு, பயிர்நிலைமை ஆகியவை
குறித்து அறிக்கை அனுப்புதல்.

ஐ) கிராமச் சாவடிகளை பார்வையிடல் மற்றும் அவைகளின் நிலை
குறித்து அறிக்கை அனுப்புதல்.

28. பல்வேறு சான்றுகள் வழங்கும் பொருட்டு அறிக்கை அனுப்பு-
தல்.

29. மக்கள் தொகை கணக்கெடுப்பு, கால்நடைகள் கணக்கெடுப்பு
பாசன ஆதாரங்கள் கணக்கெடுப்பு முதலிய பணிகளை மேற்பார்வை
செய்தல்.

30. வாக்காளர் கணக்கெடுப்பு மற்றும் தேர்தல்கள் தொடர்பான
பணிகள்.

2

கிராம நிர்வாக அலுவலர்

கிராம நிர்வாக அலுவலர் கடமைகளும் பொறுப்புகளும்

1. கிராம கணக்குகளை பராமரித்தலும், பயிராய்வு செய்தலும்.

2. நிலவரி, கடன்கள் பஞ்சாயத்து வரிகள், மேம்பாட்டு வரிகள் மற்றும் அரசுக்கு சேர வேண்டிய இதர தொகைகளை வசூல் செய்தல்.

3. சாதிச் சான்று, வருமானச் சான்று, இருப்பிடச் சான்று, சொத்து மதிப்பு சான்று ஆகியவை வழங்கத் தேவையான அறிக்கைகள் அளித்தல்.

4. கூட்டுறவு சங்கங்கள் மற்றும் வங்கிகளிலிருந்து கடன்பெற பொதுமக்களுக்கு சிட்டா மற்றும் அடங்கல் நகல்கள் கொடுத்தல்.

5. பிறப்பு, இறப்பு மற்றும் திருமணப் பதிவு பதிவேடுகளைப் பராமரித்தல்.

6. தீ.விபத்து, வெள்ளம், புயல் போன்ற இயற்கை இடர்பாடுகள் ஏற்படும் போது உயர் அலுவலர்களுக்கு உடனடியாக தெரிவித்து பாதிக்கப்பட்டவர்களுக்கு நிவாரண ஏற்பாடுகள் செய்தல்.

7. கிராமத்தில் ஏற்படும் கொலை, தற்கொலை, சந்தேக மரணங்கள் ஆகியவற்றை காவல்துறையினருக்கு தெரிவித்தல் மற்றும் காவல்துறையினருக்கு விசாரணையின் போது உதவி செய்தல்.

8. தொற்றுநோய், காலரா, பிளேக் மற்றும் கால்நடை நோய்கள் ஏற்படும போது உடனுக்குடன் உயர் அலுவலர்களுக்கு அறிக்கை அனுப்பி உரிய நடவடிக்கை எடுத்தல்.

9. இருப்புப் பாதைகளைக் கண்காணிக்க ஏற்பாடு செய்தல்.

10. கிராமப் பணியாளர்களுக்கு சம்பளப்பட்டியல்கள் தயாரித்தல்.

11. கால்நடைப் பட்டி கணக்குகள் மற்றும் சாவடிகளைப் பராமரித்தல்.

12. அரசு கட்டிடங்கள், மரங்கள் மற்றும் புறம்போக்குகள் ஆகியவற்றின் உரிமைகளை பாதுகாத்தல்.

13. புதையல் சம்மந்தமான தகவல்களை உயர் அலுவலர்களுக்கு தெரிவித்தல்.

14. முதியோர் உதவித்தொகை மற்றும் பிற நலத்திட்ட உதவிகள் பெறுவதற்கு மனுதாரரின் தகுதி குறித்து அறிக்கை தருதல் மற்றும் பயனாளிகள் பதிவேடு பராமரித்தல்.

15. பொது சொத்து பதிவேடு பராமரித்தல்.

16. வளர்ச்சி திட்டங்கள் வெற்றிகரமாக நிறைவேற்றப்பட பல்வேறு துறைகள் மற்றும் தொண்டு நிறுவனங்கள் கேட்கும் புள்ளி விவரங்களை கொடுத்து ஒருங்கிணைப்பு பணி ஆற்றுதல்.

17. பட்டா, பாஸ் புத்தக கணக்கெடுப்பு பணி செய்தல்.

18. வருவாய் தீர்வாய பணி தொடர்பாக அனைத்து கணக்குகளையும் முறையாக தயாரித்தல்.

19. பாசன ஆதாரங்களை அவ்வப்போது தணிக்கை செய்தல்.

20. ஆறுகள் மற்றும் அரசு புறம்போக்கு நிலங்களில் சட்ட விரோதமாக மணல், கல் போன்றவை தோண்டி எடுக்கப்படுகின்றனவா என்பதை கண்காணித்து நடவடிக்கை எடுத்தல்.

21. மனுநீதி நாள் விழாவில் கலந்து கொண்டு பொது மக்களின் குறைகளுக்கு விரைவான தீர்வுகாண உதவி செய்தல்.

22. பதிவுகள் மற்றும் பதிவு மாற்றங்கள் ஆணைகளை உடனுக்கு உடன் செயல்படுத்துதல்.

23. நிபந்தனையின் பேரில் வழங்கப்படும் நில ஒப்படை, நில குத்தகை, நில மாற்றம் ஆகிய இனங்களை சரிபார்த்தலும் நிபந்தனை மீறல்களை கண்டுபிடித்து நடவடிக்கை எடுத்தலும்.

24. குத்தகை உரிமை இனங்களை தணிக்கை செய்து அடங்கலில் பதிவு செய்தல்.

25. நில பராதீன இனங்களை தணிக்கை செய்து நிபந்தனைகள் மீறப்பட்டனவா என்பதை சரிபார்த்து அறிக்கை அனுப்புதல்.

26. பட்டா நிலங்களில் அனுபவதாரர் குறித்து சரிபார்த்து அடங்கலில் பதிவு செய்தல்.

27. வனக் குற்றங்களை கண்டறிந்து அறிக்கை அனுப்பி நடவடிக்கை எடுத்தல்.

28. தீர்வை ஜாஸ்தி, பசலி ஜாஸ்தி, வரி தள்ளுபடி இனங்கள். மரப்பட்டாக்கள் மற்றும் அரசு தோப்புகள் ஆகியவற்றை தணிக்கை செய்து கணக்கெடுத்தல்.

29. கிராம கல் டெப்போ மற்றும் நில அளவை கற்கள் குறித்த கணக்குகள் பராமரித்தல்.

30. மாதாந்திர சாகுபடி கணக்குகளை தயார் செய்து வருவாய் ஆய்வருக்கு உரிய காலத்திற்குள் அனுப்புதல்.

31. மக்கள் தொகை கணக்கெடுப்பு, கால்நடைக் கணக்கெடுப்பு பாசன ஆதாரங்கள் கணக்கெடுப்பு முதலிய பணிகளை செய்தல்.

32. வாக்காளர் கணக்கெடுப்பு மற்றும் தேர்தல்கள் தொடர்பான பணிகள் செய்தல்.

33. அறிவொளி இயக்கம் முதலிய அரசு திட்டங்களை சிறப்புற நடத்த ஒத்துழைப்பு நல்குதல்.

கிராம நிர்வாக அலுவலர் பராமரிக்க வேண்டிய 24 கிராமக் கணக்குப் பதிவேடுகள் :

கிராம அ பதிவேடு- நிலையான அடிப்படையான இப்பதிவேடு கிராமத்தைப் பற்றிய புல எண் வாரியான விவரங்களை கொண்டதாகும்.

சாகுபடி கணக்கு எண் 1- இக்கணக்கு ஒவ்வொரு மாதமும் பயிர்வாரியாக பிரிக்கப்பட்டு புல எண், உட்பிரிவு விவரங்களுடன் சாகுபடியை காட்டும் கணக்காகும்.

அடங்கல் கணக்குப் பதிவேடு - ஒரு கிராமத்தில் உள்ள நிலத்தைப் பற்றிய அனைத்து விவரங்களையும் உள்ளடக்கி பின்வருமாறு மூன்று பகுதிகளாக பிரித்து பசலி ஆண்டுதோறும் எழுதப்பட வேண்டிய பதிவேடாகும். இக்கணக்கு நீர்ப்பாசன ஆதாரங்கள் வாரியாகவும், நில பாகுபாடு வாரியாகவும் புல வாரியாகவும் எழுதப்பட வேண்டும்.

கிராம கணக்கு எண்:2 சி - கிராமத்தில் அரசு நிலங்கள் மற்றும் தனியாருக்கு நீண்டகால குத்தகைக்கு விடப்பட்ட நிலங்கள் ஆகியவற்றில் உள்ள பலன் தரும் மரங்களை காட்டும் பதிவேடாகும். அரசு தோப்புகள், பொது உபயோகத்திற்கு விடப்பட்ட தனியார் தோப்புகள் , அரசால் வரி விதிக்கப்பட்டு ஆங்காங்கே சிதறி கிடக்கும் மரங்கள், ஊராட்சி அல்லது பேரூராட்சி போன்ற உள்ளாட்சி அமைப்புகளிடம் ஒப்படைக்கப்பட்ட புறம்போக்கில் உள்ள மரங்கள் என இக்கணக்கு நான்கு பிரிவுகளாகக் கொண்டிருக்கும்.

கிராம கணக்கு எண் 2டி - பாசன திட்டங்களின் கீழ் பாசன வசதி செய்யப்பட்ட நிலப்பரப்பினைக் காட்டும் பதிவேடு இக்கணக்கு அடங்கலில் உள்ள பதிவுகளைக் கொண்டு தயாரிக்கப்பட வேண்டும். இக்கணக்கு இரு பிரிவுகளாக எழுதப்பட வேண்டும். முதல் பிரிவு ஆற்றுப்பாசனம் மற்றும் ஏரி பாசனங்களைக் கொண்டது.

தரிசு நிலங்கள் பதிவேடு (2எப் கணக்கு) - ஒவ்வொரு பசலி ஆண்டிலும் சாகுபடி செய்யக் கூடிய நிலங்கள், சாகுபடி செய்யாது விடப்படும் மற்றும் வேறு வகையாக உபயோகப்படுத்தப்படும் நிலங்களின்

பரப்பினை காட்டும் வருடாந்திர கணக்காகும். இப்பதிவேடு அடங்கலில் கலம் 18(அ)ல் குறிக்கப்பட்டுள்ள விவரங்களைக் கொண்டு எழுதப்பட வேண்டும்.

கிராம கணக்கு எண்: 3 (பட்டா மாறுதல்) - நிலங்களின் உரி-மையை விட்டு விடுதல், நில ஒப்படை, பட்டா பெயர் மாற்றம் போன்ற விவரங்கள் கொண்டிருக்கும் வருடாந்திர பதிவேடாகும்.

கிராம கணக்கு எண்: 5 - நிலவரி தள்ளுபடி கணக்குகளைக் காட்-டும் வருடாந்திர பதிவேடாகும்.

கிராம கணக்கு எண்: 6 (தண்ணீர் தீர்வைப் பட்டி) — சாகுபடி பரப்பைக் கொண்டு தண்ணீர்த் தீர்வை கணக்கிடும் பதிவேடாகும்.

கிராம கணக்கு எண்:7 - ஒவ்வொரு கிராமத்திலும் நடந்த ஆக்-ரமணம் மற்றும் நீண்டகால / குறுகிய கால குத்தகைகள் முதலான அரசுக்கு வரவேண்டிய பல்வேறு வருவாய் இனங்கள் குறித்து எழுதப்ப-டும் வருடாந்திர பதிவேடாகும்.

கிராம கணக்கு எண்:10 பிரிவு ஐ (சிட்டா பதிவேடு). - கிராம நிலங்களின் பட்டாதாரர் வாரியாக கைப்பற்றில் உள்ள நஞ்சை,புஞ்சை மானாவாரி நிலங்களையும் அதற்கான தீர்வையினையும் காட்டும் பதி-வேடாகும். மேலும் சிட்டாவில் பட்டியல் வகுப்பைச் சேர்ந்த பட்டாதா-ரர்களின் பெயரை சிகப்பு மையினால் எழுதப்பட வேண்டும்.

கிராம கணக்கு எண்:10ஏ. - இக்கணக்கு சாதாரணமாக வாரிசுப்பட்டி என குறிப்பிடப்படும் இறந்து போன பட்டாதாரர்களின் பெயரினையும் மேற்படி பட்டா நிலங்கள் வாரிசு முறையில் மாற்றப்பட வேண்டிய நபர்-களின் பெயரினையும் காண்பிக்கும் மாதாந்திர கணக்காகும்.

கிராம கணக்கு எண் :10சி - பட்டா மாறுதல் தொடர்பாக கிராம நிர்வாக அலுவலர்களுக்கு வட்ட அலுவலகத்திலிருந்து வரப்பெறும் மனுக்கள், வாரிசுப் பட்டிகள், அனுபோக பட்டிகள் ஆகியவற்றை காண்-பிக்கும் வருடாந்திர கணக்காகும்.

கிராம கணக்கு எண்:11 - இது ஒவ்வொரு பட்டாதாரருக்கு அளிக்-கப்படும் பட்டா படிவமாகும், இது கிராம கணக்கு எண். 10(1) சிட்டா-வின் தூய நகல் ஆகும்.

கிராம கணக்கு எண்: 12 - இக்கணக்கு கிராமம் முழுமைக்கும் ஒரு பசலி ஆண்டிற்குரிய மொத்த நிலவரி கேட்புத் தொகையைக் காட்டும் வருடாந்திர பதிவேடாகும். அரசுக்கு சொந்தமான மரங்களின் வருடாந்-

திர மகசூல் ஏலத் தொகை, பாசிக்குத்தகை ஆகியவற்றையும் குறிக்க வேண்டும்.

கிராம கணக்கு எண்:19 - பிறப்பு பதிவேடு, இறந்து பிறத்தலுக்கான பதிவேடு, இறப்புப் பதிவேடுகளை சனவரி தொடக்கம் முதல் டிசம்பர் இறுதி முடிய ஒவ்வொரு ஆண்டும் பராமரிக்கப்பட வேண்டியது.

கிராம கணக்கு எண்: 19 பிரிவு III - இப்பதிவேட்டில் கிராமத்தில் உள்ள கால்நடைகள், இயற்கை மரணம் நீங்கலாக கால் நடைகள் வியாதியாலோ, விஷக்கடி, கொடிய விலங்குகள் அடித்து கொல்லுதல் போன்ற காரணங்களினால் ஏற்படும் மரணங்கள் குறித்த விவரங்கள் இப்பதிவேட்டில் பதியப்பட வேண்டும்.

கிராம கணக்கு எண்: 19 டி - அம்மை குத்தப்பட்டு பாதுகாப்பு பெற்றிராத குழந்தைகள் பற்றிய விவரங்களைக் காட்டும் பதிவேடாகும்.

கிராம கணக்கு எண்: 20 — மழைக் கணக்குப் பதிவேடு - கிரா-மத்தில் பெய்யும் மழை குறித்து ஒவ்வொரு ஆண்டும் ஏப்ரல் முதல் தேதி துவங்கி அடுத்த ஆண்டு மார்ச் மாதம் முடிய எழுதி பராமரிக்கப்படும் மழைக் கணக்கு பதிவேடாகும்.

கிராம கணக்கு எண்: 21 - 5 ஆண்டுகளுக்கொருமுறை எடுக்கப்-டும் கால்நடைகள் விவசாய கால்நடைகள் மற்றும் விவசாயக் கருவிக-ளின் எண்ணிக்கையைக் காட்டும் பதிவேடு.

கிராம கணக்கு எண்: 24 - கனிமப் பதிவேடு - கிராமத்தில் வெட்டி எடுக்கும் கனிம வளங்கள் பற்றிய விவரங்கள் குறித்து ஒவ்-வொரு ஆண்டும் ஜனவரி முதல் டிசம்பர் மாதம் முடிய ஒராண்டிற்கு எழுதப்பட வேண்டிய கணக்கு ஆகும்.

3

மண்டல துணை வட்டாட்சியர்

1. வருவாய் ஆய்வாளர்கள் நில அளவையர்கள், கிராம நிர்வாக அலுவலர்கள் மற்றும் கிராமப் பணியாளர்களுடைய பணிகள் மற்றும் பணி அமைப்பினை மேற்பார்வையிடுதல்.

2. வருவாய் வரி வசூல், கடன்கள் வசூல் மற்றும் இதர துறைகளுக்-கும் வசூலித்துத்தர தக்க இனங்கள் ஆகியவற்றின் வசூல் பணிகளை

ஆய்வு செய்தல்.

3. கிராமக் கணக்குகளை தணிக்கையிடுதல்.

4. "ஏ" மற்றும் "பி" மெமோ இனங்களை தணிக்கையிட்டு வெளி-யேற்று நடவடிக்கைக்கான ஆணைகளை பிறப்பித்தல்.

5. புறம்போக்கு இடங்களிலுள்ள மரங்களை தணிக்கை செய்தல் மற்-றும் அவற்றில் மகசூலை ஏலம்விட நடவடிக்கை எடுத்தல்.

6. முதியோர் உதவித்தொகை மற்றும் பிற நலத்திட்டங்களின் கீழ் பயன்பெறும் பயனாளிகளின் விவரம் சரிபார்த்தல்.

7. பட்டா பாஸ் புத்தகம் கணக்கெடுப்பு மற்றும் பதிவுகளை சரிபார்த்-தல்.

8. பாசன ஆதாரங்களை தணிக்கை செய்தல்

9. மனுநீதி நாள் முகாம்களில் கலந்து கொண்டு பொதுமக்களின் குறைகளுக்கு விரைவான தீர்வு காண நடவடிக்கை எடுத்தல்.

10. ஆறுகள் மற்றும் அரசு புறம்போக்கு நிலங்களில் சட்ட விரோத-மாக மணல், கல்போன்றவை தோண்டி எடுக்கப்படுகின்றனவா என்பதை கண்காணித்து நடவடிக்கை எடுத்தல்.

11. வரி வசூல்காலங்களில் அனைத்து வசூல் கணக்குகளையும் தணிக்கை செய்தல்.

12. வருவாய் தீர்வாயப் பணி தொடர்பாக கிராம நிர்வாக அலுவல-ரால் தயாரிக்கப்படும் கணக்குகளை சரிபார்த்து அங்கீகரித்தல்.

13 பிறப்பு, இறப்பு மற்றும் திருமணப் பதிவுகளை தணிக்கை செய்தல்.

14. நிபந்தனையின் பேரில் வழங்கப்படும் நில ஒப்படை, நிலக்குத்-தகை நிலமாற்றம் ஆகிய இனங்களை சரிபார்த்தல் மற்றும் நிபந்தனை மீறல்களை கண்டுபிடித்தல்.

15. குத்தகை உரிமை இனங்களை தணிக்கை செய்தல்.

16. நில பராதீன இனங்களை தணிக்கை செய்து நிபந்தனைகள் மீறப்பட்டனவர் என்பதை சரிபார்த்தல்.

17. வனக் குற்றங்களை கண்டறிந்து நடவடிக்கை எடுத்தல்.

18. பயிர்கள் நிலையை மேல் பயிராய்வு செய்தல்.

19. தீர்வை ஜாஸ்தி, பசலி ஜாஸ்தி, வரி தள்ளுபடி இனங்கள் மரப்-பட்டாக்கள் மற்றும் அரசு தோப்புக்கள் ஆகியவற்றை தணிக்கை செய்-தல்.

20. வருமானச் சான்று மற்றும் இருப்பிடச் சான்று வழங்குதல்.

21. நகல்கள் கேட்டுவரும் மனுக்கள் மீது ஆணை பிறப்பித்தல்.

22. சாதிச் சான்று வழங்குதல் (தாழ்த்தப்பட்ட மற்றும் பழங்குடி மக்கள் தவிர).

23. நில உடைமை மேம்பாட்டுத் திட்டத்தின்படி மேற்கொள்ளப்பட்ட நடவடிக்கைகளில் ஏற்பட்ட தவறுகளை திருத்தி ஆணைகள் வெளியிட ஆவன செய்தல்.

24. பதிவுகள் மற்றும் பதிவு மாற்றங்கள் குறித்த ஆணைகள் பிறப்பித்தல்.

25. கால்நடைப் பட்டிகளை பார்வையிடல், மற்றும் அது தொடர்பாக கணக்குகளை சரிபார்த்தல், கிராமச் சாவடிகளை பார்வையிடல் மற்றும் அவைகளின் நிலை குறித்து அறிக்கை அனுப்புதல்.

26. மழைமானிகள் தணிக்கையிடுதல்.

27. கிராமக் கல் டெப்போக்கள் மற்றும் நில அளவை கற்களை தணிக்கை செய்தல்.

28. அரசு புறம்போக்கு நிலங்களை தணிக்கையிட்டு ஆட்சேபனையுள்ள ஆக்கிரமணங்களை கண்டுபிடித்து நடவடிக்கை எடுத்தல்.

29. வருவாய் ஆய்வாளர்களின் தன் பதிவேடுகளைத் தணிக்கை செய்தல்.

30. வருவாய் ஆய்வாளரின் நாட்குறிப்புகளை ஆய்வு செய்து வட்டாட்சியருக்கு அனுப்புதல்.

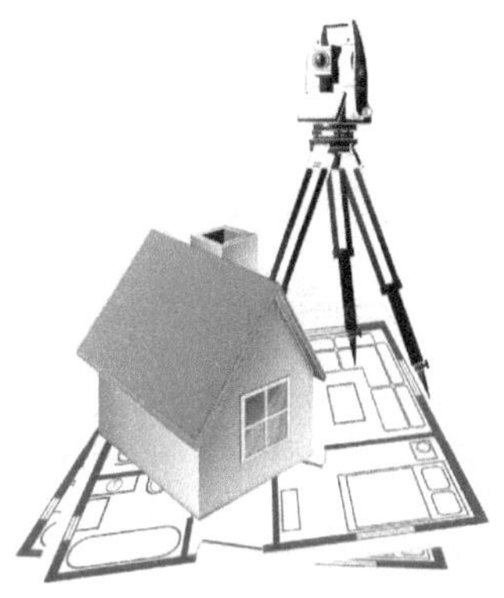

4

வட்டாட்சியர்

வட்டாட்சியர் கடமைகளும் பொறுப்புகளும்

1. வருவாய் நிர்வாகப் பணிகள் :-

1. வட்ட அளவில் பணியாற்றும் துணை வட்டாட்சியர்கள் வருவாய் ஆய்வாளர்கள், கிராம நிர்வாக அலுவலர்கள். உதவியாளர்கள் மற்றும் இதர வருவாய்த்துறை பணியாளர்களின் பணிகளைக் கண்காணித்தல்,

2. பயிர் மேலாய்வு செய்தல், நில அளவைப் பணிகளை ஆய்வு செய்தல்.

3. நில அடமான இனங்களில் நில மதிப்பு ரூ.2000/-க்கு மிகைப்-படாத இனங்களில் மூன்று ஏக்கர் புஞ்சை அல்லது 1½ ஏக்கர் நஞ்சை பரப்பளவிற்கு மேற்படாத இனங்களில் ஆணை பிறப்பித்தல்.

4. விலை மதிப்பு அற்ற நிலங்களில் வீட்டு மனை கோரிவரும் மனுக்கள் மீது ஆணை வழங்குதல்.

5. இயற்கை இடர்பாடுகள், தீ விபத்து, வெள்ளம், புயல் ஏற்படும் காலங்களில் பாதிக்கப்பட்ட இடங்களைப் பார்வையிட்டு, பாதுகாப்பு நடவடிக்கை எடுத்தல் மற்றும் நிவாரணம் வழங்கத் தக்க நடவடிக்கை எடுத்தல்.

6. நில ஆக்ரமணச் சட்டம் 1905 ன்படி அரசு நிலங்களில் உள்ள ஆக்கிரமணங்களை அகற்ற நடவடிக்கை எடுத்தல்.

7. பி.மெமோ இனங்களில் தீர்வை மற்றும் அபராதம் விதித்து ஆணையிடுதல்.

8. கிராமச் சாவடி, கால்நடைப்பட்டி / கல் இருப்பு/ 2 சி மரங்கள் நிலபராதீனம் இனங்கள் / நில ஒப்படை இனங்கள்/ குத்தகை/ தண்ணீர் தீர்வை இனங்கள்/ ஆக்ரமணம்/ அரசு புறம்போக்கு நிலங்கள்/ தீர்வை விதிக்கப்பட்ட மற்றும் தீர்வை விதிக்கப்படாத நிலங்கள் இவைகளைத் தல ஆய்வு செய்தல்.

9. முதியோர் உதவித்தொகை மற்றும் இதர நலத் திட்ட உதவி வழங்குதல்.

10. நில உரிமை மாற்ற இனங்களில் ஆணை பிறப்பித்தல்.

11. நிலம் கையகப்படுத்தும் இனங்களில், ஆணை பிறப்பித்தல்.

12. நில ஒப்படை / பராதீன இனங்களில் விதிமுறை மீறப்பட்ட இனங்களில் உரிய நடவடிக்கை எடுத்தல்.

13. பாசன ஆதாரங்கள் மற்றும் மழை மானிகளை ஆய்வு செய்தல் பாசனம் குறித்த தகராறு இனங்களைத் தீர்த்து வைத்தல்.

14. வருவாய் நிலை ஆணை பத்தி 11சி-ன் கீழ் பாசன ஆதாரங்க-ளில் இருந்து, விவசாயம் மற்றும் தொழிற்சாலை உபயோகத்திற்கு தண்-ணீர் எடுத்தலை முறைபடுத்தல் தொடர்பான பணிகள்.

15. பல்வேறு பாசனச் சட்டங்கள் மற்றும் விதிமுறைகளை செயல்ப-டுத்தல்.

16. அரசுக்கும், அரசு பொதுத்துறை நிறுவனங்களுக்கும் சேர வேண்டிய தொகைகளை வருவாய் வசூல் சட்டப்படி வசூலித்தல்.

17. நிர்ணயிக்கப்பட்ட கால அளவில் ஆய்வுக் கூட்டங்கள் நடத்தி நிலவரி, கடன், ஊராட்சிவ ரி, சர்வே கட்டணம், வேளாண்மை வருமான வரி, நகர்புற நிலவரி, நீதி மன்றக் கட்டணம், வேளாண்மை வருமா-னவரி, நகர்புற நிலவரி, நீதி மன்றக் கட்டணம், முத்திரைக் கட்டணம், வறியவர் வழக்குக் கட்டணம், மற்றும் பல்வேறு துறைகளிடம் இருந்து வரப் பெற வேண்டிய நிலுவைத் தொகைகள் வசூலைத் துரிதப்படுத்துதல்.

18. கிராம நிர்வாக அலுவலர்கள் பராமரிக்கும், வரிவசூல் கணக்கு மற்றும் இதர கணக்குகளை ஆய்வு செய்தல்.

19. ஆண்டு வருவாய் திர்வாயக் கணக்குகளை ஆய்வு செய்து ஒப்-புதல் அளித்தல்.

20. வேளாண்மை நிலங்களுக்கு நியாயமான குத்தகை வாரம் நிர்-ணயித்தல்.

21. நத்தம் மனை வரி நிர்ணயித்தல்.

22. அரசு புறம்போக்கு நிலங்கள் வழியாக நீர் கொண்டு செல்ல பாதைக் கட்டணம் நிர்ணயித்தல்.

23. தண்ணீர் தீர்வை இனங்களில் ஆணை பிறப்பித்தல்.

24. குத்தகை உரிமைப் பதிவு ஆணை பிறப்பித்தல்.

25. கிராம உதவியாளர் பணி நியமனம் செய்தல்.

26. கிராம நிர்வாக அலுவலர் மீதான ஒழுங்கு நடவடிக்கை இனங்-களில் தண்டனை அளித்தல்.

27. கிராம நிர்வாகப் பணியமைப்பு தொடர்பான பணிகள்.

28. கிராம உதவியாளர் மீதான ஒழுங்கு நடவடிக்கை இனங்களில் ஆணை பிறப்பித்தல்.

29. கிராம நிர்வாக அலுவலர்களின் விடுப்பு மனுக்களின் மீது ஆணை பிறப்பித்தல்.

30. 2சி மரப்பட்டா மனுக்கள் மீது ஆணை பிறப்பித்தல். v 31. புறம்போக்கு நிலங்களில் உள்ள மரங்களை தல ஆய்வு செய்து சட்ட விரோதமாக மரம் வெட்டுவோர் மீது நடவடிக்கை எடுத்தல்.

32. ஆறுகள், மற்றும் அரசு புறம்போக்குகளில் சட்டவிரோதமாக கல் மற்றும் மணல் தோண்டி எடுக்கப்படுவதைக் கண்காணித்து நடவடிக்கை எடுத்தல்.

33. வருவாய் நிலை ஆணைகளில் வழங்கப்பட்டுள்ள அதிகாரங்களை செயல்படுத்துதல்.

34. ஆதீன ஒழிப்பு இனாம் ஒழிப்புச் சட்ட காலங்களுக்கு அப்பாற்பட்ட இனங்கள் மீதான மனுக்கள் மீது நடவடிக்கை எடுத்தல்.

35. உப்பளம் அமைக்க நிலங்களை குத்தகைக்கு விடுதல் மற்றும் குத்தகை வசூலித்தல்.

36. வட்டக் கணக்கு நடைமுறை நூல்படி பதிவேடுகள் மற்றும் கணக்குகள் பராமரித்தல்.

37. ரயத்துவாரி நிலங்களில் உட்பிரிவு செய்து ஆணையிடுதல்.

38. அரசால் வாங்கப்பட்ட நிலங்களை விதிப்படி தீர்வு செய்தல்.

குற்றவியல் நிர்வாகப் பணிகள்

2. குற்றவியல் நிர்வாகப் பணிகள் :-

1. வட்ட குற்றவியல் நடுவராகப் பணியாற்றுதல்.

2. வட்டத்தில் சட்டம். ஒழுங்கு பராமரித்தல்.

3. அவசர காலத்தில் இருப்புப் பாதையை கண்காணிக்கத் தக்க நடவடிக்கை எடுத்தல்.

4. குற்றவியல் நடைமுறை பிரிவு விதி 144ன் கீழ் ஆணை பிறப்-பித்தல்.

5. கொத்தடிமைத் தொழிலாளர் சட்டத்தினை செயல்படுத்துதல்.

6. காவல் துறையினரால் ஒப்படைக்கப்பட்ட உரிமை கோரப்படாத பொருட்கள் மீது நடவடிக்கை எடுத்தல்.

7. காவல் துறை அலுவலர்களின் கோரிக்கையின் பேரில் புதைக்கப்-பட்ட பிணங்களை மீண்டும் தோண்டி எடுத்து, மருத்துவ ஆய்வு செய்-தல்.

3. பொதுவான பணிகள் :-

1. மக்கள் குறை தீர்க்கும் நாள் முகாம் நடத்துதல்.

2. பொதுத் தேர்தல் காலத்தில், சட்டமன்ற தொகுதிகளின் உதவி தேர்தல் அலுவலராகப் பணியாற்றுதல், உதவி வாக்காளர் பதிவு அலு-வலராகப் பணியாற்றுதல்.

3. சட்டமன்ற / நாடாளுமன்ற தேர்தல் நடத்த அனைத்து ஏற்பாடு-களும் செய்தல்.

4. பொது சுகாதாரம், கால்நடை தொத்து வியாதி மற்றும் காலரா முதலிய இதர தொத்து வியாதிகளைத் தடுக்க உடனடி நடவடிக்கை எடுத்தல், பிறப்பு, இறப்புக்களை பதிவு செய்யும் பணியைக் கண்காணித்-தல்.

5

வருவாய் கோட்டாட்சியர்

1. வட்டாட்சியர்கள், துணை வட்டாட்சியர்கள், வட்ட அலுவலகப் பணியாளர்கள் மற்றும் சிறப்புத் திட்டபணியாளர்கள் ஆகியோரது பல்-வேறு பணிகளை மேற்பார்வை செய்தல்.

2. வட்ட அலுவலகங்களை தணிக்கை செய்தல்.

3. கோட்டத்திலுள்ள களப்பணியாளர்களது நாட்குறிப்புகளை ஆய்வு செய்தல்.

4. வட்ட அலுவலகங்களில் கடன் பிரிவுகளை அரையாண்டுக்கு ஒருமுறை தணிக்கையிடல்.

5. முதல் வகுப்பு நிருவாக நீதிபதியாக செயல்பட்டு கோட்டத்தில், சட்டம் ஒழுங்கினை நிருவகித்தல்.

6. குற்றவியல் நடைமுறைச் சட்டத்தில் 107 முதல் 110 வரையுள்ள பிரிவுகளின்படி விசாரணை நடத்தி ஆணை பிறப்பித்தல்.

7. காவல் நிலை ஆணை எண் பிரிவு 145-ன்படி விசாரணை செய்தல்.

8. குற்றவியல் நடைமுறைச் சட்டம், பிரிவு 142 மற்றும் 145-ன்படி விசாரணை செய்து ஆணைகள் பிறப்பித்தல்.

9. கிராம நிருவாக அலுவலர்களுக்கு நியமனம், மாறுதல் மற்றும் தண்டனை வழங்குதல்.

கிராம உதவியாளர்கள் நியமனம் மற்றும் தண்டனை தொடர்பான வட்டாட்சியரின் ஆணையின் மீதான மேல் முறையீட்டு மனுக்களில் விசாரணை செய்தல்.

10. நூலகவரி, அரசுக் கடன்கள், நில அளவைக் கட்டணங்கள், பிற அரசுத் துறைகளுக்கு சேரவேண்டிய பாக்கிகள், வேளாண் வருமான வரி, நகர்ப்புற நிலவரி, நீதிமன்ற வழக்குக் கட்டணம், வறியவர் வழக்கு கட்டணம் உள்ளிட்ட அரசுக்குச் சேரவேண்டிய பாக்கிகளை வசூலித்திட வசூல் ஆய்வுக் கூட்டங்கள் நடத்தி வசூல் பணியைத்துரிதப்படுத்துதல், வருவாய் வசூல் சட்டத்தின் மூலம் அரசுக்கு சேர வேண்டிய பாக்கியை வசூலித்தல்.

11. நில ஒப்படை மற்றும் பராதீனம் ஆகிய இனங்களைத் தணிக்கை செய்தல்.

12. ஆக்கிரமிப்புகள், ஆக்கிரமிப்புகள் தொடர்பாக மேற்கொள்ளப்படும் மேல்முறையீடுகள் ஆகியவைகளில் நடவடிக்கை மேற்கொண்டு பொது இடங்களை ஆக்கிரமிப்பு தாரர்களிடமிருந்து மீட்பதற்கான நடவடிக்கை எடுத்தல்.

13. நிலமாற்ற முன்மொழிவுகளின் மீது தணிக்கை செய்தல்.

14. ஆதீன ஒழிப்புச் சட்டத்திற்கு அப்பாற்பட்ட இனங்களில் பட்டா வழங்க நடவடிக்கை எடுத்தல்.

15. 1960-ம் ஆண்டு நிலப்பயன்பாட்டு ஆணையினை செயல்படுத்துதல்.

16. நிலச் சீர்திருத்த சட்டங்கள் மற்றும் குத்தகைச் சட்டங்கள் ஆகி-யவற்றில் வழங்கப்பட்டுள்ள அதிகாரங்களைச் செயல்படுத்துதல்.

17. மேம்பாட்டு வரி விதிப்பின் மீது வரும் மேல்முறையீடுகளை முடிவு செய்தல்.

18. சிறப்பு சிறுபாசனத் திட்ட பணிகளை பார்வையிடுவதுடன் தண்-ணீர் தீர்வை எவ்வளவு விதிக்க வேண்டும் என்பதை நிர்ணயித்திடுதல்.

19. ரூ.25000-க்கும் அதிகமாக இழப்பீடு தர வேண்டிய நில எடுப்பு அலுவலராக பணியாற்றல்.

20. வெள்ளம், வறட்சி போன்ற இயற்கை இடர்பாடுகள் ஏற்படும்-போது நிலவரி தள்ளுபடி செய்யப்பட வேண்டும் என்று வட்டாட்சியரால் பரிந்துரைக்கப்படும் பட்சத்தில் தொடர்புடைய இடங்களை பார்வையிட்டு நிலவரி தள்ளுபடி செய்திட நடவடிக்கை எடுத்தல்.

21. இந்திய முத்திரைச் சட்டத்தின் கீழ் மாவட்ட ஆட்சியருக்கு வழங்கப்பட்டுள்ள அதிகாரங்களைச் செயல்படுத்துதல்.

22. கிராமக் கணக்குகளைத் தணிக்கை செய்தல் மற்றும் பயிர் மேலாய்வு செய்தல்.

23. தமிழ்நாடு இனம் (நியாயவாரம்) சட்டம் 1963 -ன்படி மேல் முறையீடுகளை விசாரித்தல்.

24. குறைந்தபட்ச கூலி சட்டத்தின் கீழ் வரும் முறையீடுகளை பரி-சீலித்தல்.குறைந்தபட்ச கூலி சட்டத்தின் கீழ் வரும் முறையீடுகளை பரி-சீலித்தல்.

25. முழைமானிகள், சர்வே கற்கள், கல் டெப்போக்கள் ஆகிய-வற்றை தணிக்கை செய்தல்.

26. கிராமக் கணக்குகளின் ஆண்டு தணிக்கை (வருவாய்த் தீர்வா-யம்) முடித்து சரியான கேட்பினை முடிவு செய்தல்.

27. தமிழ்நாடு விவசாயகுத்தகைச் சட்டம் 1969-ன்படி மேல் முறை-யீடுகளை விசாரித்தல்.

28. மரப்பட்டா- வழங்குதல் தொடர்பான மேல் முறையீடுகளை விசாரித்தல்.

29. அரசு நிலங்கள் குத்தகை இனங்களைப் பார்வையிடுதல்.

30. முறையான தண்ணீர் தீர்வை நிர்ணயம் குறித்து ஆய்வு செய்-தல். 31. முதியோர் உதவித் தொகை மற்றும் இதர உதவித் தொகை வழங்கும் பணியைக் கண்காணித்தல், வட்டஅலுவலக முதியோர் உதவித்

தொகை பிரிவினை காலாண்டு தோறும் தணிக்கை செய்தல்.

32. பர்மா மற்றும் சிலோன் அகதிகள் நல்வாழ்வு திட்டங்களை செயல்படுத்துதல்.

33. வெள்ளம், தீ விபத்து, புயல் போன்ற இயற்கை இடர்பாடுகளின் போது காப்பு நடவடிக்கைகள் மற்றும் நிவாரணப் பணிகளை மேற்பார்-வையிடல்.

34. ஆதிதிராவிடர் குடியிருப்புகளைப் பார்வையிடுதல் மற்றும் ஆதிதிராவிடர் நலத்திட்டங்களைச் செயல்படுத்துதல்.

35. பிற்படுத்தப்பட்ட மற்றும் மிகவும் பிற்படுத்தப்பட்ட வகுப்பினருக்-கான நலத்திட்டங்களைச் செயல்படுத்துதல்.

36. விபத்து மற்றும் சாலை விபத்து நிவாரண நிதி வழங்குதல்.

37. காப்புறுதித் திட்டங்களை ஆய்வு செய்தல்.

38. மனுநீதி திட்ட முகாம் மற்றும் மக்கள் குறை தீர்க்கும் நாள் நடத்திடல்.

39. நியாயவிலைக் கடைகள், அரிசி ஆலைகள் தணிக்கை மற்றும் குடிமைப் பொருள் வழங்கல் தொடர்பாக ஆய்வு செய்தல்.

40. கொள்முதல் மையங்கள் மற்றும் கிடங்குகள் தணிக்கை அரசு உணவு தானியக் கிடங்குகள் ஆய்வு மற்றும் இருப்புகள் தணிக்கை.

41. (சில பகுதிகளில்) குடியிருப்பு கட்டுப்பாடு அலுவலராக செயல்-படுதல்.

42. 1960ம் ஆண்டு தமிழ்நாடு கட்டிடங்கள் (குத்தகை மற்றும் வாடகை ஒழுங்கு) சட்டத்தினை செயல்படுத்தல்.

43. நிரந்தர மற்றும் தற்காலிக திரை அரங்குகளைத் தணிக்கை செய்தல்.

44. பிறப்பு, இறப்பு மற்றும் திருமணப் பதிவு பதிவேடுகளைத் தணிக்கை செய்தல்.

45. வெடி மருந்துச் சட்டம், படைக்கலச் சட்டம், பெட்ரோலியம் சட்டம் ஆகியவை தொடர்பான பணிகளைச் செய்தல்.

46. அரசு அலுவலர்கள் பிறப்பு தேதி குறித்து விசாரணை செய்தல்.

47. எரிசாராயம் மற்றும் கரும்புப்பாகு (மொலாசஸ்) உரிய கணக்குகள் தணிக்கையிடல்.

48. அடகுக் கடைகள் தணிக்கை மற்றும் அடகு கடைக்காரா சட்-டம் அமுல் செய்தல்.

49. முக்கியப் பிரமுகர்கள் வருகையைக் கவனித்தல்.

50. வாக்காளர் பட்டியல் திருத்தம் செய்தல் மற்றும் தேர்தல் தொடர்பான பணிகளைச் செய்தல்.

51. ஆறிவொளி இயக்கம் முதலிய அரசுத்திட்டங்களைச் செயல்ப-டுத்த ஒத்துழைப்பு நல்குதல்.

52 கிராமச் சாவடிகள் மற்றும் கால்நடைப்பட்டிகளைத் தணிக்கை செய்தல்.

53. வருவாய் நிலையாணைகளில் கூறப்பட்டுள்ள பிற பணிகளைச் செய்தல்.

பிறப்பு முதல் இறப்பு வரை வருவாய்த்துறை.....

6

வருவாய் கிராமம் / குறுவட்டம் / வருவாய் வட்டம் / வருவாய் கோட்டம் / மாவட்டம்

வருவாய் கிராமம் :

வருவாய் கிராமம் மாநில அரசின் வருவாய் துறையின் கீழ் நிலை அங்கமாகும். இது சில ஊர்களையும், ஊராட்சிகளையும் உள்ளடக்கிய வருவாய்த் துறையின் நிர்வாகப் பகுதி ஆகும். இதன் அரச நிர்வாகப் பொறுப்பாளர் கிராம நிர்வாக அலுவலர் ஆவார். கிராம நிர்வாக அலு-வலருக்கு ஒன்று அல்லது ஒன்றுக்கு மேற்பட்ட உதவியாளர்கள் இருப்-பார்கள்.

குறுவட்டம் :

குறு வட்டம் அல்லது உள் வட்டம் அல்லது பிர்கா (FIRKA) என்பது தமிழ்நாடு மாவட்டங்களில் வருவாய்த்துறையில் சில வருவாய் கிரா-மங்களை உள்ளடக்கி 'குறு வட்டம் (REVENUE FIRKA) அமைக்-கப்படுகின்றன. வருவாய் துறைக்கென அலுவல் சார்ந்த அலுவலராக [மண்டல துணை வட்டாட்சியர்] இருப்பார். இவர் பதவி உயர்வு வழியா-கவும், தமிழ்நாடு அரசுப் பணியாளர் தேர்வாணையத்தின் மூலம் நடத்-தப்படும் தேர்வில் தேர்ச்சி பெறுவதின் வழியாகவும் நியமிக்கப்படுகிறார்.

பணிகள்

* வருவாய் வட்ட அலுவலகங்களில் வட்டாட்சியர், வட்டாட்சியர் நிலைக்கு மேல் இருக்கும் அதிகாரிகளிடம் கையொப்பம் பெற வேண்டிய சில சான்றிதழ்களுக்கு கிராம நிர்வாக அலுவலர், பரிந்துரைகளின்படி வட்டாட்சியர் அலுவலகத்திற்கு பரிந்துரைக்கப்படும்.

* மாவட்ட அளவில், வருவாய்க் கோட்ட அளவில் நடைபெற்ற ஏதாவது சம்பவத்தால் சட்டம் மற்றும் ஒழுங்கு பிரச்சனைகள் பாதிக்கப்படும் நிலையில் அதை விசாரிக்க நியமிக்கப்படும் மேல் அலுவலருக்கு உதவி செய்வதும், அதுகுறித்த தகவல்கள்,

அறிக்கைகள் அனுப்பி வைக்கப்படும்.

- மாவட்ட ஆட்சியாளர், வருவாய் கோட்டாட்சியர், வருவாய் வட்டாட்சியர் அறிவுறுத்தும் அனைத்துப் பணிகளும் இவ்வலுவகம் வாயிலாக இந்த அலுவலகத்தின் கீழுள்ள கிராமநிருவாக அலுவலகங்களின் மூலம் செய்யப்படுகிறது.

நில அளவை

சில வருவாய் கிராமங்களை உள்ளடக்கி 'குறுவட்டம் (REVENUE FIRKA) அமைக்கப்படுகின்றன. இந்த வருவாய் குறுவட்டம் நில அளவைத் துறைக்கென அலுவல் சார்ந்த அலுவலராக குறுவட்ட அளவர் இருப்பார். இவரால் நில அளவை குறித்த அரசு மற்றும் அரசு சாரா அனைத்து நில அளவைப் பணிகளையும் செய்து வரைபடம் தயா-ரித்து, அறிக்கையுடன் வருவாய் வட்டாட்சியருக்கு அனுப்பி வைக்கப்-படும்.

பணிகள்

- வருவாய் வட்ட அலுவலகங்களில் வட்டாட்சியர், வட்டாட்சியர் நிலைக்கு மேல் இருக்கும் அதிகாரிகளின் இடத்தணிக்கைக்கு உதவுவார். அவசியமேற்பட்டால் வரைபடம் தயாரித்து வட்டாட்சியர் மூலமாக அனுப்பி வைக்கப்படும்.
- ஒவ்வொரு வருவாய் கிராமத்திலுள்ள நில உடைமையாளர்கள் பெற்ற கிரைய ஆவணத்தின் அடிப்படையிலும், உரிய வரைபடம் தயாரித்து அறிக்கைகளுடன் பட்டா மாறுதலுக்கு அனுப்பி வைக்கப்படும்.
- அரசு சார்ந்த நில பரிவர்த்தனை, நில எடுப்பு, நில ஒப்படை போன்ற பணிகளை செய்து வரைபடத்துடன் அறிக்கையை வட்டாட்சியருக்கு அனுப்பி வைக்கப்படும்.

வருவாய் வட்டம்

வருவாய் வட்டம் அல்லது தாலுகா என்பது தமிழ்நாடு மாவட்டங்களில் வருவாய்த்துறையில் சில வருவாய் கிராமங்களை உள்ளடக்கி வருவாய் வட்டம் (REVENUE TALUK) வட்ட அலுவலகம் (TALUK OFFICE) அமைக்கப்படுகின்றன.

இவற்றின் தலைமை அலுவலராக வட்டாட்சியர் நியமிக்கப்படுகிறார். வட்டாட்சியரின் மேற்பார்வையில் துணை வட்டாட்சியர்கள், வருவாய் ஆய்வாளர்கள் மற்றும் கிராம நிர்வாக அலுவலர்கள் செயல்படுவர்.

பணிகள்

* வருவாய் வட்ட அலுவலகங்களில் பொதுமக்கள் கோரும் சான்றிதழ்கள், கிராம நிர்வாக அலுவலர், வருவாய் ஆய்வாளர், துணை வட்டாட்சியர் ஆகியோரின் பரிந்துரைகளின்படி வட்டாட்சியர் வழங்குகிறார்.

* வருவாய் வட்டத்தில் நடைபெற்ற ஏதாவது சம்பவத்தால் சட்டம் மற்றும் ஒழுங்கு பிரச்சனைகள் பாதிக்கப்படும் நிலையில் அதை விசாரிக்கவும், அமைதிப்படுத்தவும் வேண்டும்.

* நில உடைமையாளர்களுக்கு உரிய பட்டா, சிட்டா, அடங்கல், நில ஆவணங்கள், அரசின் நலத்திட்ட உதவிகள் அனைத்தும் இவ்வலுவலகம் மூலமாக வழங்கப்படுகிறது.

* மாவட்ட ஆட்சித் தலைவர், மற்றும் கோட்டாட்சியர் அறிவுறுத்தும் அனைத்துப் பணிகளும் இவ்வலுவகம் வாயிலாக மேற்கொள்ளப்படுகிறது.

* தங்கள் வருவாய் வட்டப் பகுதியில் பொதுத்தேர்தலை நடத்திட தேர்தல் நடத்தும் அலுவலருக்கு உதவிட வேண்டும்.

* ஆண்டிற்கு ஒரு ஜமாபந்தி நடத்தி வருவாய் கிராமங்களின் நில வரி வசூல் கணக்கு மற்றும் நன்செய்/ புன்செய் / புறம்போக்கு நிலம் / பஞ்சமி நிலம் அளவுகள் கணக்கிட வேண்டும்.

* பேரிடரிடர் காலங்களில் பொதுமக்களுக்கு நிவாரண உதவி வழங்க வகை செய்ய வேண்டும்

வருவாய் கோட்டம்

இந்திய மாவட்டங்களில் வருவாய்த்துறையில் சில வட்டங்களை உள்ள-டக்கி வருவாய் கோட்டம் (REVENUE DIVISION) அல்லது வரு-வாய்த்துறைக் கோட்டம் அமைக்கப்படுகின்றன.

இவற்றின் தலைமை அதிகாரிகளாக சார் ஆட்சியர் அல்லது துணை ஆட்சியர் பதவியில் உள்ளவர்களை வருவாய் கோட்டாட்சியர் பணியி-டத்தில் நியமிக்கப்படுகிறார்கள்.

இந்திய ஆட்சிப் பணி அதிகாரிகள் நியமிக்கப்பட்டால் சார் ஆட்-சியர் (Sub Collector) என்றும், பதவி உயர்வு வழியாக நியமிக்கப்-பட்டால் வருவாய்க் கோட்டாட்சியர் (Revenue Divisional Officer) என்றும் அழைக்கப்படுகிறார்.

வருவாய் கோட்டாட்சியரின் கடமைகளும், பொறுப்புகளும்

வருவாய் கோட்டாட்சியரின் கடமைகளையும், பொறுப்புகளையும், வரு-வாய் துறை நிர்ணயம் செய்துள்ளது.

- வருவாய்க் கோட்ட அலுவலகங்களில் வட்டாட்சியர் நிலைக்கு மேல் இருக்கும் அதிகாரிகளிடம் கையொப்பம் பெற வேண்டிய சில சான்றிதழ்களுக்கு கிராம நிர்வாக அலுவலர், வருவாய் ஆய்வாளர் மற்றும் வட்டாட்சியர் ஆகியோரின் பரிந்துரைகளின்படி கோட்ட வளர்ச்சி அலுவலர் (அ) துணை ஆட்சியாளர் நிலையில் சான்றிதழ்கள் வழங்கப்படுகிறது.

- மாவட்டத்தில் வருவாய்க் கோட்ட அளவில் நடைபெற்ற ஏதாவது சம்பவத்தால் சட்டம் மற்றும் ஒழுங்கு பிரச்சனைகள் பாதிக்கப்படும் நிலையில் அதை விசாரிக்க கோட்ட வளர்ச்சி அலுவலர் (அ) துணை ஆட்சியாளர்கள்தான் நியமிக்கப்படுகிறார்கள்.

- மாவட்ட ஆட்சியாளர் அறிவுறுத்தும் அனைத்துப் பணிகளும் இவ்வலுவலகம் வாயிலாக இந்த அலுவலகத்தின் கீழுள்ள வருவாய்த்துறை அலுவலகங்களின் மூலம் செய்யப்படுகிறது.

மாவட்டம்

ஒரு மாவட்டத்தின் எல்லைகளை மாற்றவோ, புதிய மாவட்டங்களை உருவாக்கவோ அல்லது இருக்கும் மாவட்டங்களை இணைக்கவோ அந்தந்த மாநில அரசிற்கு அதிகாரம் உள்ளது. முதன்முதலாக இத்தகைய மண்டல நிர்வாகப் பகுதியை மாவட்டம் என 1874, பட்டியலிட்ட மாவட்ட சட்டத்தில்" குறிப்பிட்டனர்.

மாவட்ட ஆட்சியர் மாவட்டத்தின் பொதுநிர்வாகத்தையும் வருவாய் வசூலையும் நிர்வகிக்கிறார். இவர் இந்திய ஆட்சிப் பணி (இ.ஆ.ப) அதிகாரியாவார். இவரே மாவட்டத்தின் பொது நிர்வாகத்திற்கும், சட்டம் மற்றும் ஒழுங்கு பராமரிப்பிற்கும் பொறுப்பேற்கிறார். சில மாநிலங்களில் துணை ஆணையர் அல்லது மாவட்ட நீதிபதி என அழைக்கப்படுகின்றனர். இந்தியக் காவல் பணி அதிகாரி, காவல்துறைக் கண்காணிப்பாளர் அல்லது காவல்துறை துணை ஆணையராகப் பொறுப்பேற்று மாவட்ட ஆட்சியருக்கு உதவுகிறார்.

வருவாய் மாவட்டங்களை வருவாய் வட்டங்களாகவும் (தாலுகாக்கள்), குறு வட்டங்களாகவும், வருவாய் கிராமங்களாகவும் பிரித்துள்ளனர். ஊரக உள்ளாட்சி அமைப்புகளை மாவட்ட ஊராட்சிகள், ஊராட்சி ஒன்றியங்களாகவும் (பஞ்சாயத்து யூனியன்), கிராம ஊராட்சி (பஞ்சயத்து) களாகவும்; நகர உள்ளாட்சி அமைப்புகளை மாநகராட்சி, நகராட்சி மற்றும் பேரூராட்சிகளாகவும் பிரித்துள்ளனர். இதன் மூலம் நிர்வாகம் எளிமைப்படுத்தப்பட்டிருக்கிறது.

சில மாநிலங்களில், நிலப்பரப்பு கூடுதலாக இருப்பின்,(மாவட்டங்களின் எண்ணிக்கை நிர்வகிக்க இயலாமற்போவதால்) சில மாவட்டங்களை இணைத்து மண்டலங்கள் (மண்டலம்) உருவாக்கப்படுகின்றன. அதன் நிர்வாக அதிகாரி மண்டல நீதிபதி என அழைக்கப்படுகிறார். இந்த நடைமுறை தமிழ்நாடு மாநிலத்தில் இல்லை.

7

வருவாய் நிர்வாகம் மற்றும் பேரிடர் மேலாண்மை

வருவாய் நிர்வாகம்

வருவாய்த் துறையானது ஆங்கிலேயர் காலத்தில் குடிமக்களிடமிருந்து வருவாய் வசூலிப்பதற்காகவும், பொதுமக்களுக்கு நீதி வழங்குவதற்கா-கவும் ஏற்படுத்தப்பட்டு, தற்போது ஒரு பெரும் துறையாக பரிணாமம் எடுத்துள்ளது. வருவாய்த் துறையானது மாவட்ட நிர்வாகத்தினை சிறப்பு-றக் கையாண்டு, பிறப்பு முதல் இறப்பு வரையிலான அனைத்து சேவை-களையும் புரிந்து, பெருவாரியான மக்களின் நல்வாழ்விற்கு அடித்தன-மாக அமைந்துள்ளது.

ஒவ்வொரு மாவட்ட வருவாய் நிர்வாகம் கீழ்கண்ட சேவைகளை நோக்கமாகக் கொண்டுள்ளது :-

- பொதுமக்களின் நலனுக்காக தமிழக அரசால் வடிவமைக்கப்பட்ட திட்டங்களை திறம்பட செயல்படுத்தி. மக்களுக்கு அத்திட்டங்களை மக்களிடம் கொண்ட போய்ச் சேர்க்க ஒரு வடிகாலாக உள்ளது.

- அரசு நிலங்கள், நிலப்பதிவேடுகள் ஆகியவற்றின் பாதுகாவலனாகவும் நிலச்சீர்திருத்தங்களை ஏற்படுத்துவதிலும் முனைப்பாக உள்ளது.

- இந்திய தேர்தல் ஆணையத்தின் விதிமுறைகளின்படி, மக்களவை/ மாநிலங்களவை மற்றும் சட்டசபை உறுப்பினர்களைத் தேர்ந்தெடுப்பதில் முக்கிய பங்காற்றுகிறது.

- பொதுமக்களுக்கும், மாவட்ட அளவிலான நிர்வாகத்திற்குமிடையே ஒரு பாலமாக விளங்குகிறது.

- இயற்கைச் சீற்றங்கள், இயற்கை மற்றும் மனிதனால் ஏற்படுகின்ற பேரிடர்கள் மற்றும் இதர அவசர காலங்களில் ஏற்படும் நெருக்கடியின் போது, அவசர கால நிர்வாகத் தலைமையிடமாக விளங்குகளிது.

- சட்டம் மற்றும் ஒழுங்கை நிலைநாட்டுவதன் மூலம், வேலூர் மாவட்டத்தினை ஒரு பிழைத்து வாழும் இடமாக இல்லாமல், மக்கள் நிம்மதியாக வாழும் ஒரு இடமாக வைத்துள்ளது.

- நிலமாற்றம், நிலஉரிமை மாற்றம், பட்டா நிலங்களை ஆக்ரமணம் செய்தல் போன்ற பல்வேறு மேம்பாட்டுப் பணிகளிலும் வருவாய் நிர்வாகமானது முதன்மையாக செயல்படுகிறது.
- மிக முக்கிய பிரமுகர்கள் வருகையின் போது மாவட்ட நெறிமுறைகளைக் கடைபிடிப்பதில் முக்கியப் பங்கு வகிக்கிறது.

பொதுமக்களின் தேவைகளுக்கு முக்கியத்துவம் அளித்து, நெருக்கடி மற்றும் பதற்றமான சூழ்நிலைகளை எளிதாக்குவதில் குறிக்கோளாக விளங்கும் ஒரேதுறை, வருவாய்த் துறை மட்டுமேயாகும். முதியோர் உதவித் தொகை, விதவை உதவித் தொகை, மாற்றுத் திறனாளிகளின் உதவித்தொகை, கைவிடப்பட்ட பெண்கள் உதவித்தொகை, உழவர் பாதுகாப்புத் திட்டம், பொது விநியோகத் திட்டம் போன்ற தமிழக அரசால் கொண்டு வரப்பட்ட அனைத்து திட்டங்களையும் செவ்வனே செயல்படுத்துவது மட்டுமின்றி, மாறிவரும் தொழில்நுட்பங்களை ஏற்று நடைமுறைப்படுத்தியும், சாதிச்சான்றிதழ், வருமானச் சான்றிதழ், இருப்-பிடச்சான்றிதழ், போன்ற சான்றிதழ்களை இணைய வழியில் வழங்கு-வதன் மூலம் பொதுமக்கள் அரசு அலுவலகங்களை நாடும் நிலையை மாற்றி, அவர்களின் நேரத்தினை சேமிக்கவும், அலைச்சலை தவிர்க்க-வும் வழிவகை செய்துள்ளது. பொதுமக்களின் பிறப்பு, இறப்பினை பதிவு செய்தல் வாரிசுச் சான்று வழங்குதல், பட்டா வழங்குதல், அரசு விதி-முறைகளின்படி நிலமற்ற ஏழைகளுக்கு நிலம் வழங்குதல் போன்ற பணி-களிலும் முனைப்புடன் ஈடுபடுகிறது. மனிதனால் மற்றும் இயற்கையால் ஏற்படக்கூடிய பேரிடர்களின் போது, உணவு, தக்க பாதுகாப்பிடம் மற்றும் உடனடி நிவாரண உதவிகள் வழங்கி மாவட்ட அளவில் மிக முக்கியப் பங்காற்றுகிறது.

தற்போது பொதுமக்கள் தங்களின் சிட்டா, பட்டா மற்றும் வில்லங்-கச்சான்றிதழ்களை இணைய வழியில் பெற்றுக் கொள்ள இயலுகிறது. மேலும் நிலத்திட்ட வரைபடங்கள் கணினிமயமாக்கம் செய்யப்பட்டு வரு-கிறது. இவ்வாறாக, வருவாய்த் துறையானது பொது நிர்வாகத்திற்காக மட்டுமல்லாமல், மாவட்டத்தின் வளர்ச்சியிலும் பெரிதும் உறுதுணையாக உள்ளது.

தொடரும்